apple

táo

pear

lê

orange

cam

lemon

chanh

grapes

nho

strawberry

dâu tây

watermelon

dưa hấu

coconut

dừa

banana

chuối

raspberry

mâm xôi

kiwi

kiwi

cherry

anh đào

blueberry

việt quất xanh

plum

mận

peach

đào

fig

sung

pineapple

dứa

mango

xoài

persimmon

quả hồng

cauliflower

bông cải trắng

zucchini

bí ngòi

eggplant

cà tím

carrot

cà rốt

potato

khoai tây

cabbage

cải bắp

tomato

cà chua

spinach

rau chân vịt

broccoli

bông cải xanh

peas

đậu hà lan

pumpkin

bí ngô

butternut squash

bí đỏ

avocado

bơ

artichoke

atisô

mushroom

nấm

radish

củ cải

garlic

tỏi

onion

hành tây

beet

củ cải đường

leek

tỏi tây

bell pepper

ớt chuông

chili pepper

ớt

asparagus

**măng tây